Impressum
Verlag: BABADADA GmbH, Nedderfeld 112 , 22529 Hamburg
Geschäftsführer / Verlagsleitung: Harald Hof
Druck: Books on Demand GmbH, In de Tarpen 42, 22848 Norderstedt

Imprint
Publisher: BABADADA GmbH, Nedderfeld 112 , 22529 Hamburg, Germany
Managing Director / Publishing direction: Harald Hof
Print: Books on Demand GmbH, In de Tarpen 42, 22848 Norderstedt

學校

makaranta

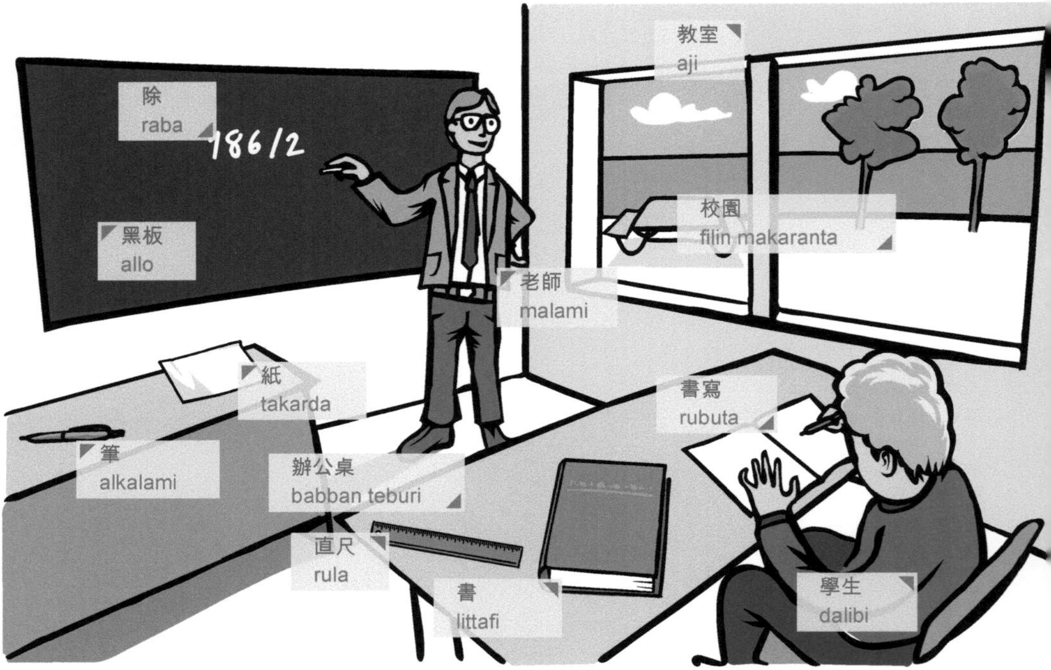

教室
aji
除
raba
186/2
校園
filin makaranta
黑板
allo
老師
malami
紙
takarda
書寫
rubuta
筆
alkalami
辦公桌
babban teburi
直尺
rula
書
littafi
學生
dalibi

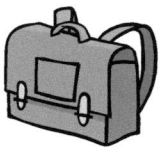

書包

jakar makaranta

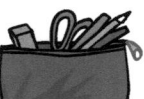

鉛筆盒

gidan fensir

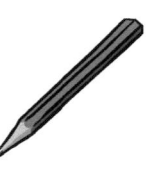

鉛筆

fensir

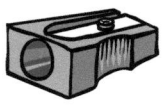

削鉛筆機

abin fike fensir

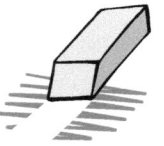

橡皮擦

kilina

畫板

kwalin zane

圖畫
zane

畫筆
burushin fenti

顏料盒
gwangwanin fenti

剪刀
almakashi

膠水
gam

練習冊
littafi aiki

家庭作業
aikin gida

12

數字
lamba

2+2

加
kara

5-2

減
debe

2×2

乘
yi sau

計算
kwakuleta

A

字母
wasika

ABCDEFG
HIJKLMN
OPQRSTU
VWXYZ

字母表
harafi

hello

字
kalma

課文
rubutu

讀
karanta

粉筆
alli

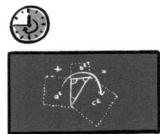

上課
darasi

登記
rijista

考試
jarabawa

證書
satifiket

校服
kayan makaranta

教育
ilimi

百科全書
kundin ilimi

大學
jami'a

顯微鏡
madubin kimiyya

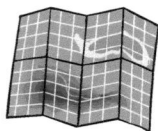

地圖
taswira

廢紙簍
kwandon shara

旅行

bulaguro

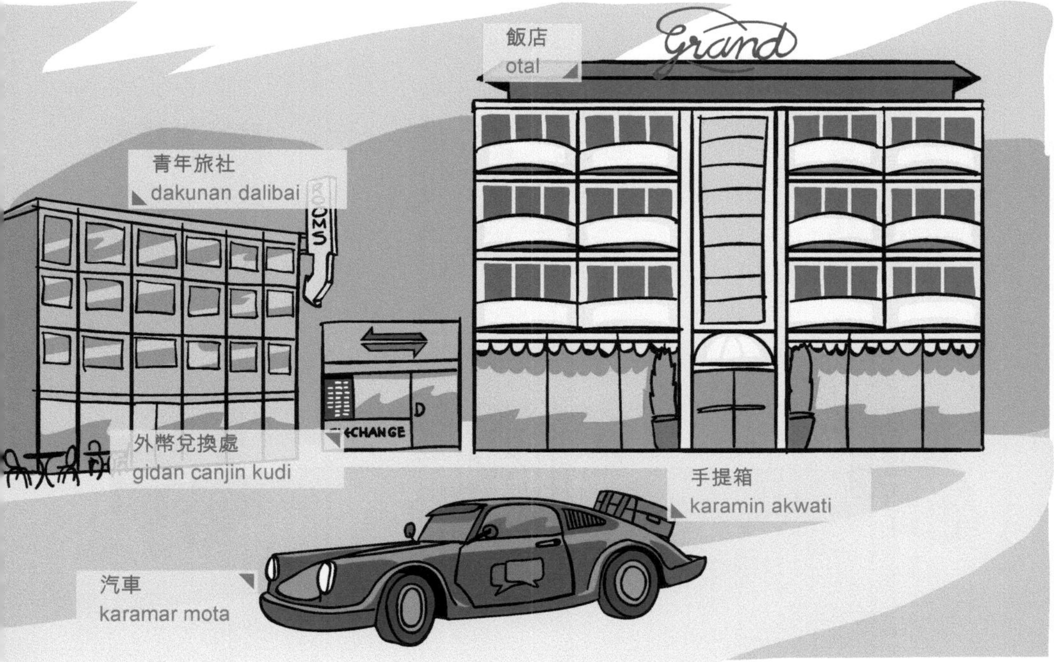
飯店
otal
Grand
青年旅社
dakunan dalibai
外幣兌換處
gidan canjin kudi
手提箱
karamin akwati
汽車
karamar mota

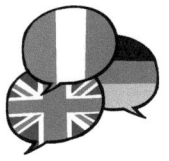

語言

yare

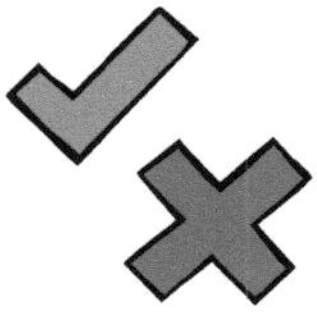

是/否

e/a'a

好的

Ya yi

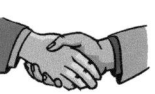

您好

barka dai

翻譯人員

mai fassara

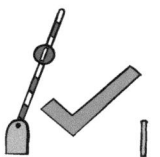

謝謝

Na gode

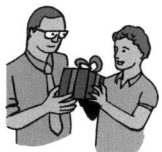

......多少錢？

nawa ne…?

我不明白

ban gane ba

問題

matsala

晚上好！

Barka da yamma!

早上好！

Ina kwana!

晚安！

barka da dare!

再見

sai an jima

方向

alkibla

行李

kaya

包

jaka

背包

jakar goyawa

客人

bako

房間

daki

睡袋

jakar barci

帳篷

tanti

旅行資訊

bayanin dan yawon bude-ido

海灘

bakin ruwa

信用卡

katin banki

早餐

karin kumallo

午餐

abincin rana

晚餐

abincin dare

票

tikiti

電梯

daga

郵票

hatimi

邊界

iyaka

海關

kudin fiton kaya

大使館

ofishin jakadanci

簽證

biza

護照

fasfo

交通運送

abin hawa

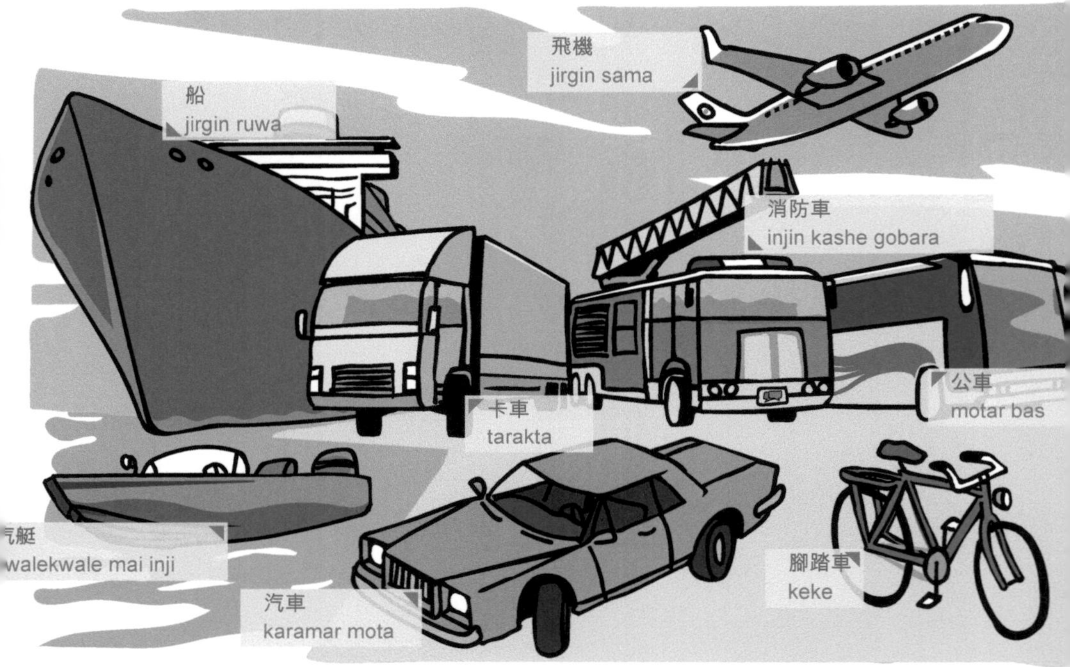

飛機
jirgin sama
船
jirgin ruwa
消防車
injin kashe gobara
公車
motar bas
卡車
tarakta
汽艇
walekwale mai inji
腳踏車
keke
汽車
karamar mota

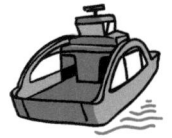

渡輪

karamin jirgin ruwa

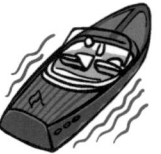

小船

kwalekwale

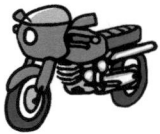

機車

babur

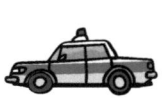

警車

motar 'yansanda

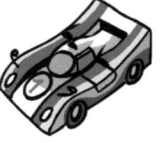

賽車

motar tsere

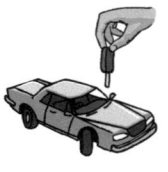

租車

motar haya

拼車

tarayyar karamar mota

拖車

babbar mota da ta lalace

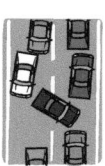

垃圾車

motar shara

馬達

mota

汽油

mai

加油站

gidan mai

交通標識

alamar titi

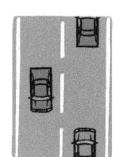

交通

zirga-zirga

交通堵塞

cunkoson ababen hawa

停車場

wurin ajiye mota

火車站

tashar jirgin kasa

軌道

filin tsere

火車

jirgin kasa

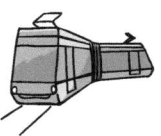

路面電車

jirgin kasa mai kyabil

客車廂

keken doki

交通運送 - abin hawa

直升機

helikwafta

機場

filin jirgin sama

塔

hasumiya

乘客

fasinja

集裝箱

mazubi

紙板箱

kwali

手推車

amalanke

籃子

kwando

起飛/降落

tashi / sauka

城市

birni

村莊

kauye

市中心

tsakiyar birni

房子

gida

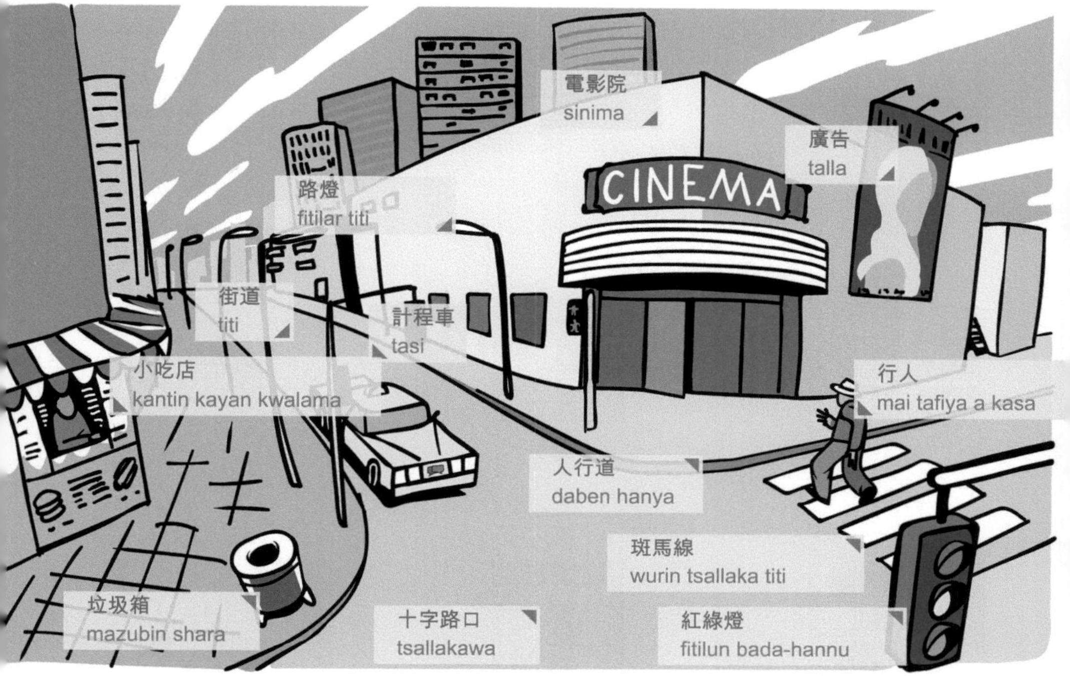
電影院
sinima
廣告
talla
CINEMA
路燈
fitilar titi
街道
titi
計程車
tasi
小吃店
kantin kayan kwalama
行人
mai tafiya a kasa
人行道
daben hanya
斑馬線
wurin tsallaka titi
垃圾箱
mazubin shara
十字路口
tsallakawa
紅綠燈
fitilun bada-hannu

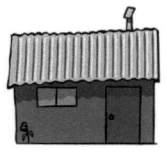

小屋

bukka

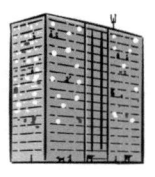

公寓

shafaffe

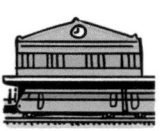

火車站

tashar jirgin kasa

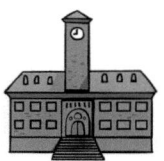

市政廳

dakin taro

MUSEUM

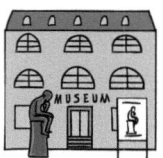

博物館

gidan kayan tarihi

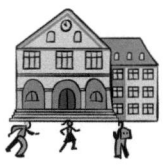

學校

makaranta

大學

jami'a

銀行

banki

醫院

asibiti

飯店

otal

藥房

kantin magani

辦公室

ofis

書店

kantin littattafai

商店

kanti

花店

mai sayar da furanni

超市

babban kanti

市場

kasuwa

百貨商店

kanti mai sassa

魚店

shagon sayar da kifi

購物中心

wurin sayayya

海港

matsayar jiragen ruwa

公園

ma'ajiyar motoci

長凳

benci

橋

gada

樓梯

kafar bene

捷運

karkashin kasa

隧道

ramin karkashin kasa

公車站

matsayar bas

酒吧

mashaya

餐館

gidan abinci

郵筒

akwatin sakonni

路標

alamar titi

停車計時器

mitar ajiye motoci

動物園

gidan namun daji

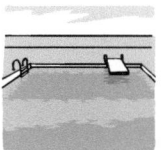

游泳池

kwamin iyo

清真寺

masallaci

農場
gona

污染
gurbata

墓地
makabarta

教堂
coci

操場
filin wasanni

寺廟
dakin bauta

地形
fadin kasa

樹葉
ganye

指示牌
turken alama

路
hanya

草地
makiyaya

石頭
dutse

徒步旅行者
mai tattaki

樹
bishiya

河
korama

草
ciyawa

花
fure

峽谷

kwazazzabo

丘陵

tudu

湖

tafki

森林

daji

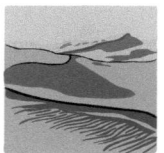

沙漠

hamada

火山

amon dutse

城堡

fada

彩虹

bakan-gizo

蘑菇

malafar jaki

棕櫚樹

bishiyar kwakwar manja

蚊子

sauro

蒼蠅

kuda

螞蟻

tururuwa

蜜蜂

zuma

蜘蛛

gizo

甲蟲

burgunguma

青蛙

kwado

松鼠

kurege

刺蝟

bushiya

野兔

zomo

貓頭鷹

mujiya

鳥

tsuntsu

天鵝

agwagwar ruwa

野豬

aladen daji

鹿

namijin barewa

麋鹿

kanki

水壩

dam

風力發電機

lantarki mai iska

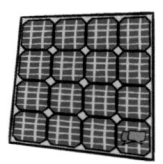

太陽能電池板

farantin hasken rana

氣候

yanayi

餐館

gidan abinci

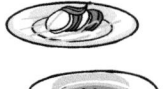

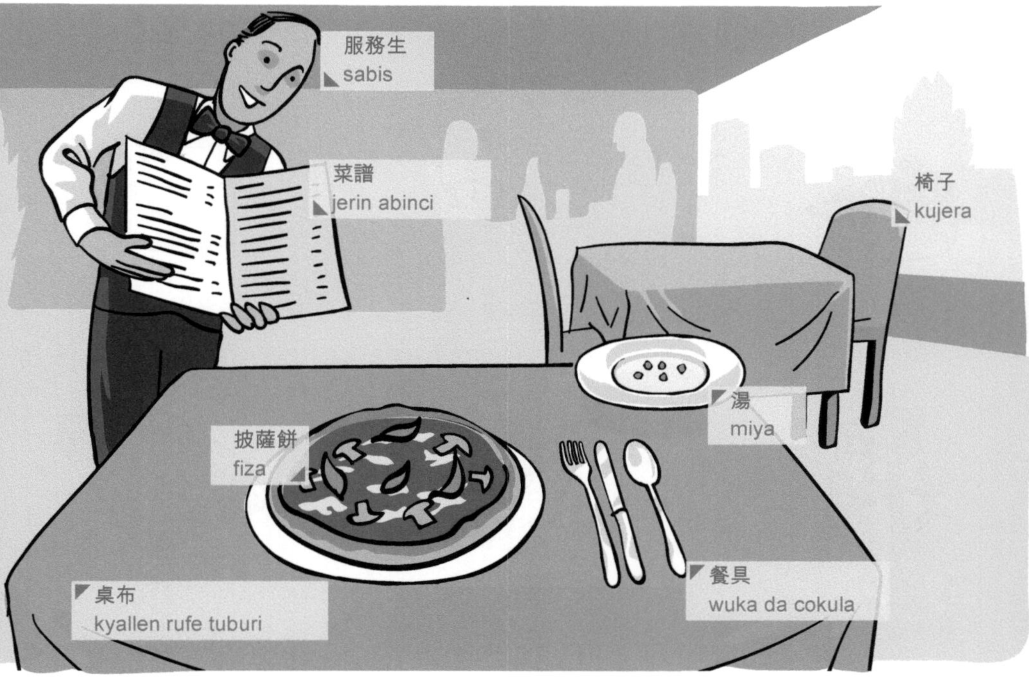
服務生
sabis
菜譜
jerin abinci
椅子
kujera
湯
miya
披薩餅
fiza
桌布
kyallen rufe tuburi
餐具
wuka da cokula

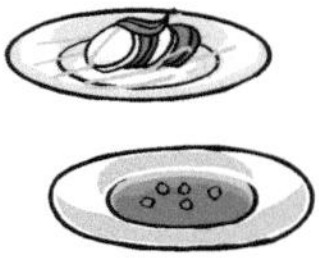

前菜

makunni

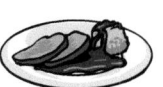

主菜

babban abinci

甜點

kayan zaki

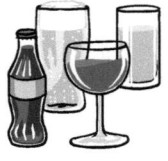

飲料

kayan sha

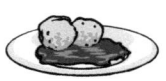

食物

abinci

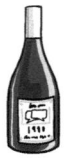

瓶子

kwalba

速食

abincin tafi-da-gidanka

街邊小吃

abincin titi

茶壺

tukunyar shayi

糖盒

kwanon sikari

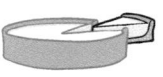

一份飯菜

gutsire

義式咖啡機

injin hada kofi

高腳椅

kujera mai tudu

帳單

doka

托盤

tire

刀

wuka

餐叉

cokali mai yatsu

勺子

cokali

茶匙

cokalin shayi

餐巾

kyallen cin abinci

玻璃杯

gilashi

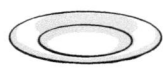

碟子

faranti

湯盤

farantin miya

碟子

farantin kofi

醬

hadin dandano

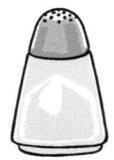

鹽瓶

mazubin gishiri

胡椒研磨罐

abin nikan yaji

醋

lamurje

食用油

mai

調味料

kayan dandano

番茄醬

miyar tumatir

芥末

mustad

美乃滋

mayonnaise

超市

babban kanti

特價
tayin musamman
顧客
abokin ciniki
乳製品
matatsar nono
水果
kayan marmari
購物車
abin daukar kaya
FOR

BUTCHERS

肉鋪

na mahauci

BAKERY

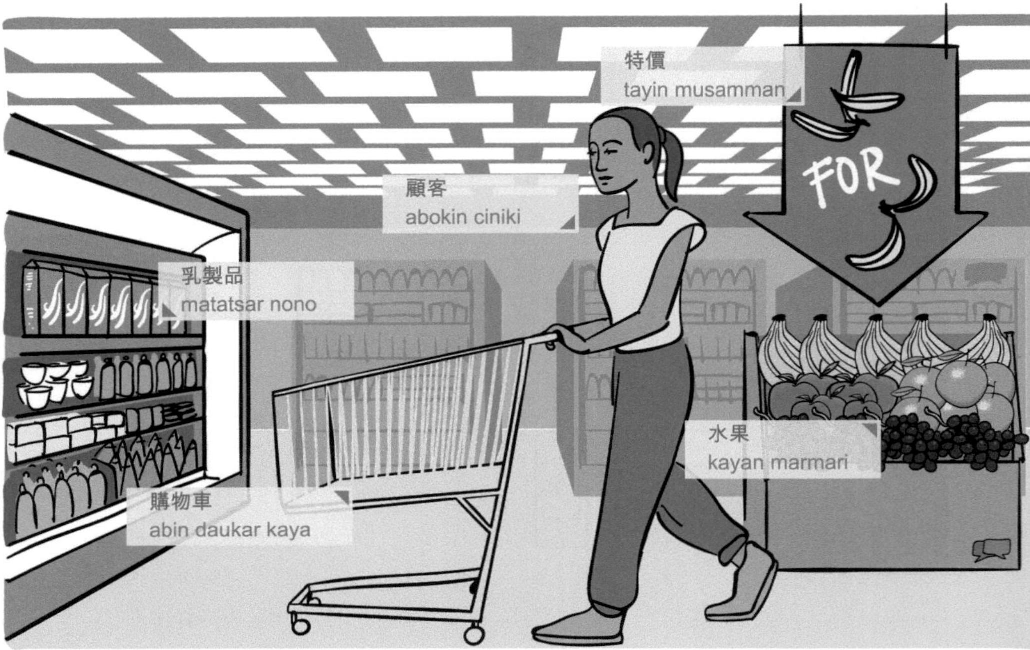

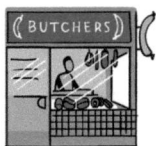

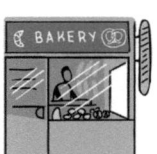

麵包店

shagon mai burodi

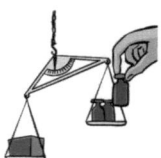

稱重

auna nauyi

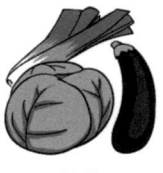

蔬菜

kayan lambu

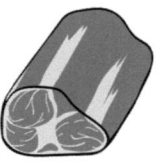

肉

nama

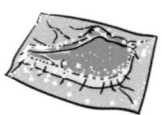

冷凍食品

darkararren abinci

冷盤

nama mai sanyi

罐頭食品

abincin gwangwani

洗衣粉

garin sabulun wanki

甜食

alewa

日用品

kayan amfanin gida

清潔用品

kayan tsafta

銷售員

mai sayarwa

收銀機

haro

收銀員

mai biyan kudi

購物清單

jerin kayan sayayya

開放時間

sa'o'in budewa

錢包

alabe

信用卡

katin banki

袋子

jaka

塑膠袋

jakar roba

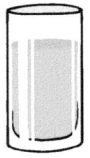

水
....
ruwa

果汁
....
ruwan 'ya'yan itace

牛奶
....
madara

可樂
....
coke

紅酒
....
barasa

啤酒
....
giya

酒
....
barasa

可可
....
koko

茶
....
shayi

咖啡
....
kofi

義式濃縮咖啡
....
bakin kofi

卡布奇諾
....
kofi mai madara

香蕉

ayaba

蘋果

tufa

柳丁

lemon zaki

西瓜

kankana

檸檬

lemon tsami

胡蘿蔔

karas

大蒜

tafarnuwa

竹子

gora

洋蔥

albasa

蘑菇

kunnen-jaki

堅果

dangin gyada

麵條

dangin taliya

義大利麵

sufageti

米飯

shinkafa

沙拉

man salak

薯條

sala-sala

炸馬鈴薯

soyayyen dankali

披薩餅

fiza

漢堡

hambaga

三明治

sanwich

炸豬排

kwan nama

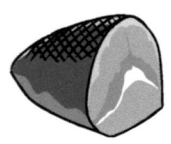

火腿

naman alade

義大利臘腸

salami

香腸

kilishin turawa

雞肉

kaza

烤肉

gashi

魚

kifi

燕麥片

kamun oats

木斯里

muesli

玉米片

kwamfiles

麵粉

fulawa

牛角麵包

fanke

麵包捲

yankan burodi

麵包

burodi

吐司

gashi

餅乾

biskit

奶油

bota

凝乳

man shanu

蛋糕

kek

蛋

kwai

煎蛋

soyayyen kwai

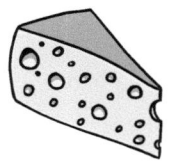

起司

cuku

冰淇淋

askirim

糖

sikari

蜂蜜

zuma

果醬

jam

巧克力醬

cakuletin shafawa

咖哩

kori

農場
gona

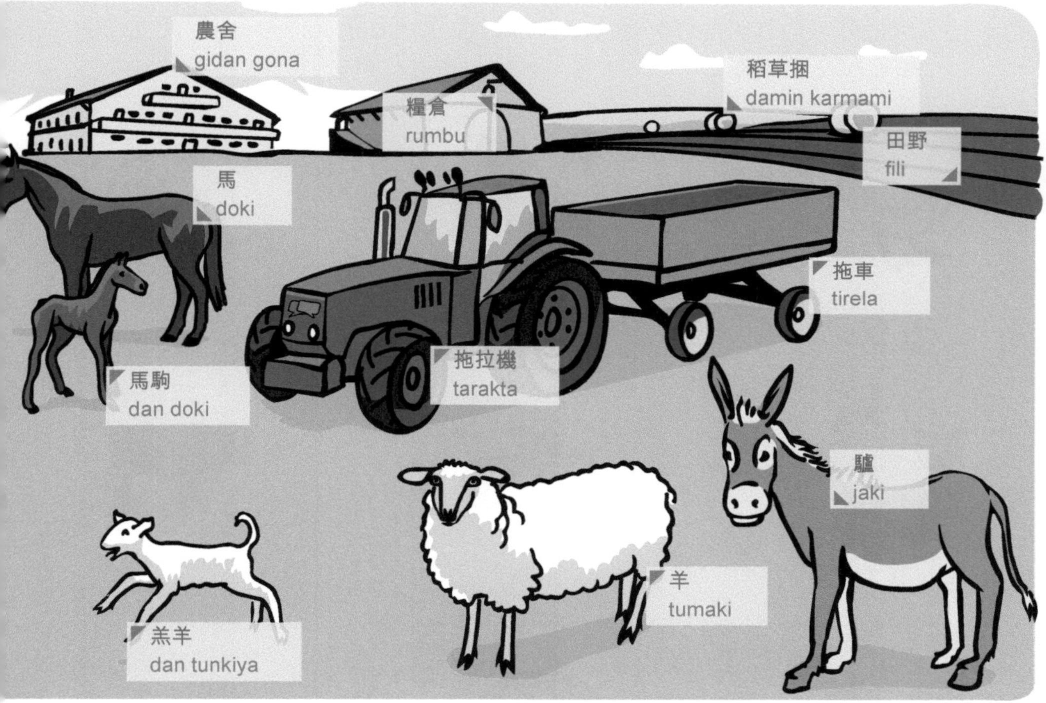

農舍
gidan gona
糧倉
rumbu
稻草捆
damin karmami
田野
fili
馬
doki
拖車
tirela
拖拉機
tarakta
馬駒
dan doki
驢
jaki
羊
tumaki
羔羊
dan tunkiya

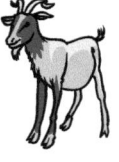

山羊
akuya

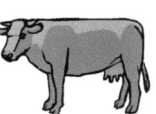

奶牛
saniya

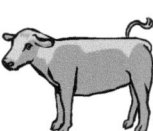

小牛
maraki

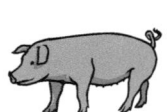

豬
alade

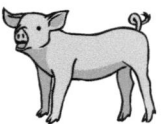

小豬
dan alade

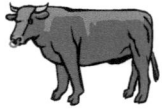

公牛
bajimi

鵝

dinya

鴨

agwagwa

小雞

dan tsako

母雞

kaza

公雞

zakara

鼠

bera

貓

kyanwa

老鼠

bera

牛

takarkari

狗

kare

狗屋

dakin kare

花園澆水軟管

bututun lambu

澆水壺

bokitin ban-ruwa

長柄大鐮刀

ashasha

犁

garma

鐮刀

lauje

鋤頭

fartanya

長柄草耙

cebur mai yatsu

斧頭

gatari

獨輪手推車

wilbaro

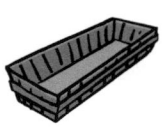

飼料槽

mazubin abincin dabbobi

牛奶罐

gwangwanin madara

麻布袋

buhu

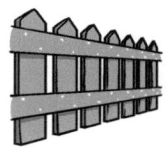

柵欄

shinge

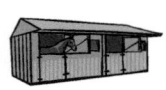

馬廄

barga

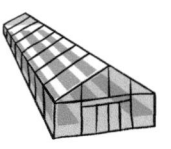

溫室

koren-gida

土壤

rairai

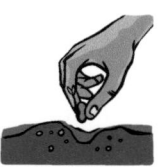

種子

iri

肥料

taki

聯合收割機

injin girbi da sussuka

收割
girbe

收割
girbi

地瓜
doya

小麥
alkama

大豆
waken soya

土豆
dankali

玉米
dawa

油菜籽
furen mai

果樹
bishiyar kayan marmari

樹薯
rogo

穀物
hatsi

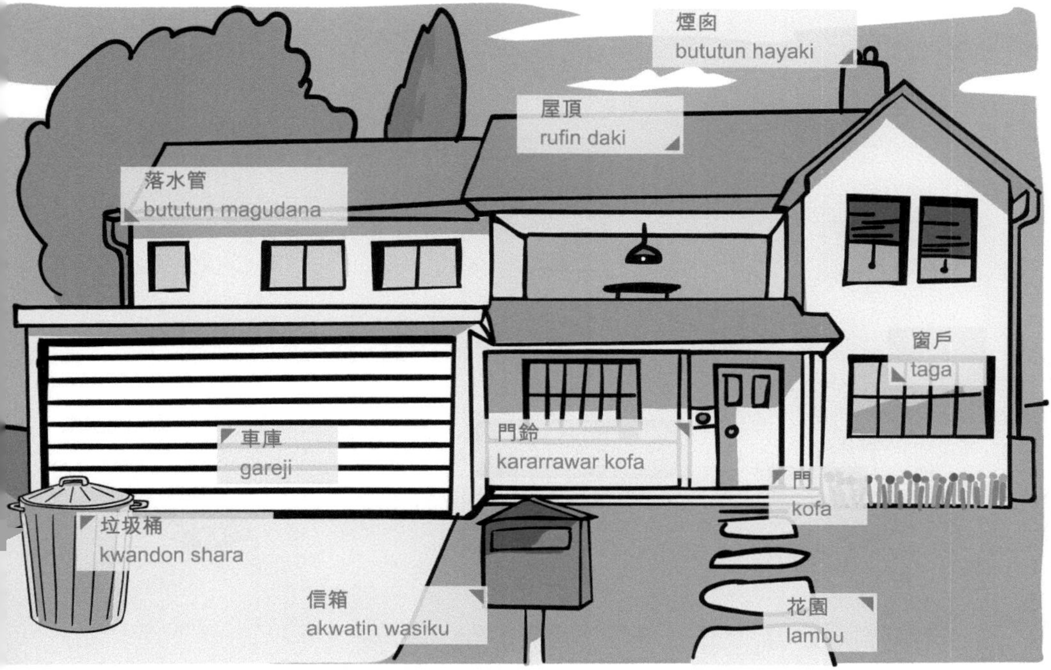

煙囪
bututun hayaki

屋頂
rufin daki

落水管
bututun magudana

窗戶
taga

車庫
gareji

門鈴
kararrawar kofa

門
kofa

垃圾桶
kwandon shara

信箱
akwatin wasiku

花園
lambu

客廳
falo

浴室
dakin wanka

廚房
kicin

臥室
dakin kwana

兒童房
dakin yaro

餐廳
dakin cin abinci

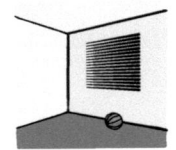

地板
dabe

牆壁
bango

天花板
sili

地窖
dakin karkashin kasa

三溫暖
wurin wankan dumi

陽臺
barandar bene

露臺
baranda

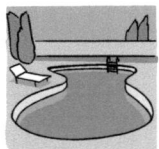

游泳池
gulbin ninkaya

割草機
injin yanke ciyawa

被單
kwano

床罩
zanen gado

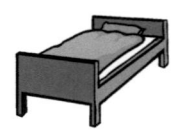

床
gado

掃帚
tsintsiya

水桶
bokiti

開關
makunni

客廳

falo

壁紙
takardar bango
相片
hoto
檯燈
fitila
擱架
kantar littattafai
櫥櫃
kabed
電視
talbijin
壁爐
wurin wuta
花
fure
墊子
kushin
沙發
babbar kujera
花瓶
gilashin fure
遙控器
rimot

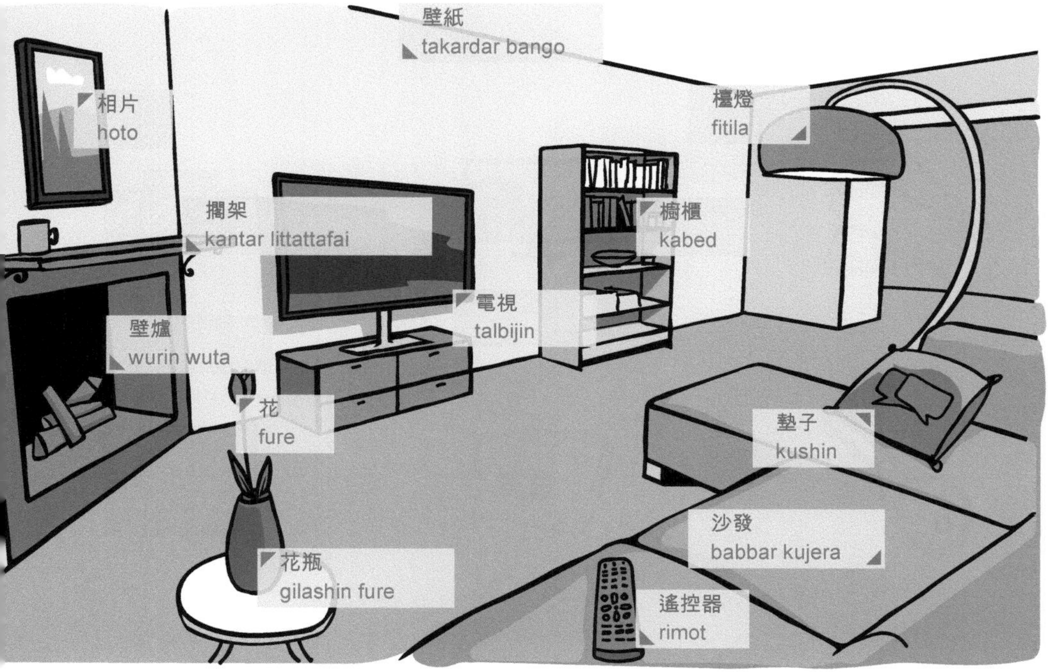

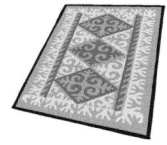

地毯

darduma

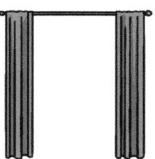

窗簾

labule

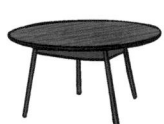

餐桌

teburi

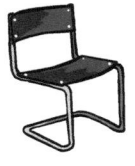

椅子

kujera

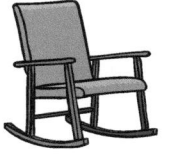

搖椅

kujera mai shillo

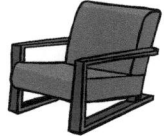

扶手椅

kujera mai hannu

書
littafi

毯子
bargo

裝飾品
kwalliya

木柴
itacen girki

電影
fim

高傳真音響
kayan hi-fi

鑰匙
makulli

報紙
jarida

油畫
zanen fenti

海報
fasta

收音機
rediyo

筆記本
takardar rubutu

吸塵器
na'urar share darduma

仙人掌
murtsunguwa

蠟燭
kyandir

廚房
kicin

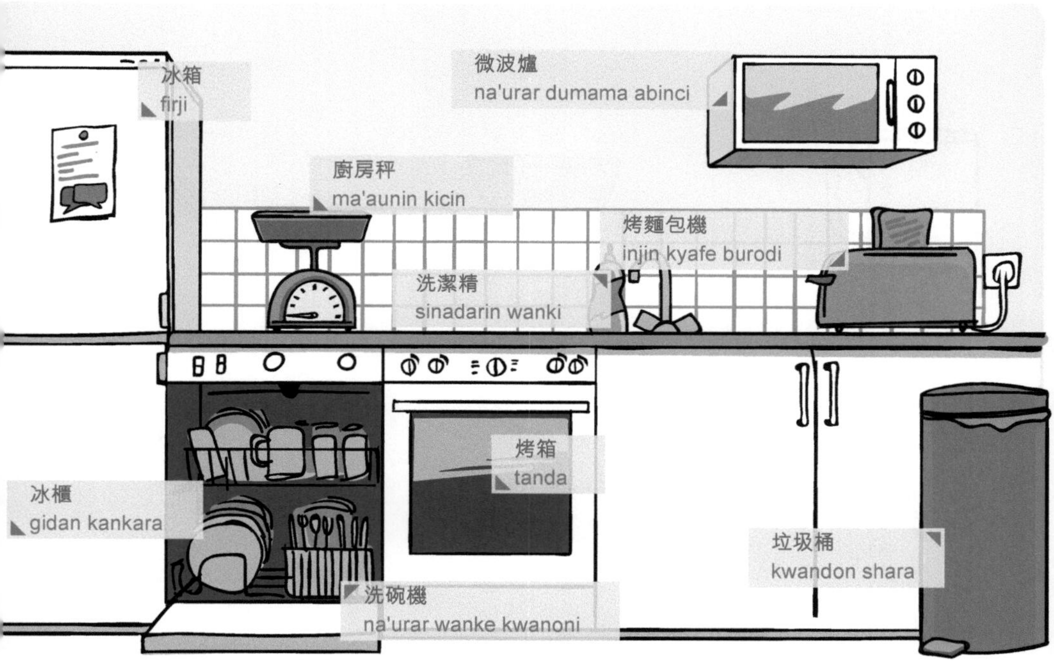
冰箱
firji
微波爐
na'urar dumama abinci
廚房秤
ma'aunin kicin
烤麵包機
injin kyafe burodi
洗潔精
sinadarin wanki
烤箱
tanda
冰櫃
gidan kankara
垃圾桶
kwandon shara
洗碗機
na'urar wanke kwanoni

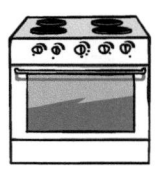

炊具

cooker

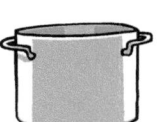

鍋

tukunya

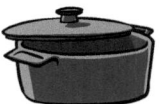

鑄鐵鍋

tukunyar alminiyum

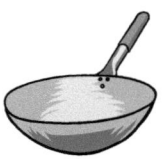

炒鍋

kwanon suya

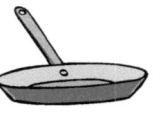

平底鍋

kwanan suya

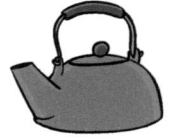

水壺

buta

蒸鍋

tukunyar dumi

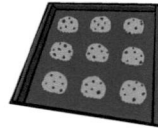

烤盤

kwanan gashi

陶瓷鍋

kayan tangaran

馬克杯

tambulan

碗

kwano

筷子

tsinkayen cin abinci

長柄勺

ludayi

鏟子

ludayin suya

攪拌器

makadin kwai

濾網

rariya

篩子

mataci

磨碎機

na'urar nika

研缽

turmi

燒烤

balangu

明火

wutar sarari

菜板

katakon yanke-yanke

擀麵杖

katakon murji

開瓶器

mabudin kwalba

罐子

gwangwani

開罐器

mabudin gwangwani

隔熱手套

hannun tukunya

水槽

wurin wanke-wanke

刷子

burushi

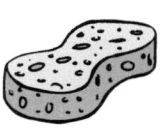

海綿

soso

攪拌機

bilenda

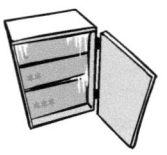

冷藏箱

babban gidan kankara

奶瓶

bulumboti

水龍頭

famfo

浴室 illustration:

供暖裝置
bada dumi

淋浴
shaya

毛巾
tawul

浴簾
labulen wanka

泡沫浴
wankan kumfa

浴缸
kwamin wanka

玻璃杯
gilashi

洗衣機
injin wanki

水龍頭
famfo

瓷磚
tayil

便壺
fo

水槽
wurin wanke-wanke

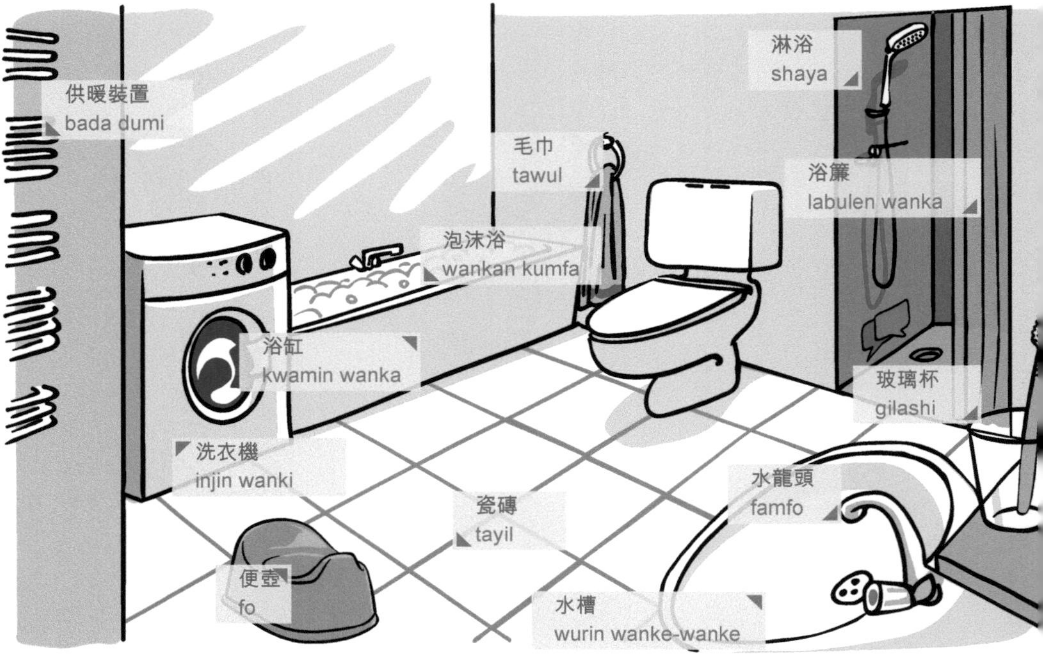

廁所
bandaki

蹲便器
bandakin tsuguno

坐浴器
kwamin tsarki

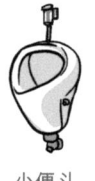

小便斗
wurin fitsari

廁紙
takardar bandaki

馬桶刷
burushin bandaki

牙刷
burushin hakori

牙膏
man hakori

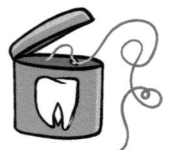

牙線
zaren sakace

洗
wanke

手持式蓮蓬頭
shayar hannu

沖洗器
wankin farji

洗臉盆
kwamin wanke hannu

洗背刷
burushin wanke baya

肥皂
sabulu

沐浴露
ruwan sabulun wanka

洗髮乳
man gyaran gashi

法蘭絨
tsumman wanka

排水
lambatu

乳霜
kirim

除臭劑
turaren kamshi

鏡子

madubi

手鏡

madubin hannu

刮鬍刀

reza

刮鬍泡沫

man yaran fuska

鬚後水

man aski

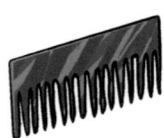

梳子

mataji

刷子

burushi

吹風機

na'urar busar da gashi

噴髮定型劑

man gashi

化妝品

kwalliya

唇膏

jan-baki

指甲油

man farce

化妝棉

audugar goge kunne

指甲剪

almakashin yankan farce

香水

turare

洗漱包

jakar wanka

凳子

bahaya

計重秤

ma'aunin nauyi

浴袍

rigar wanka

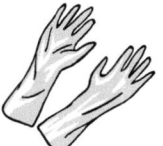

橡膠手套

safar roba

衛生棉條

audugar haila

衛生棉

audugar mata

化學廁所

bandakin tafi-da-gidanka

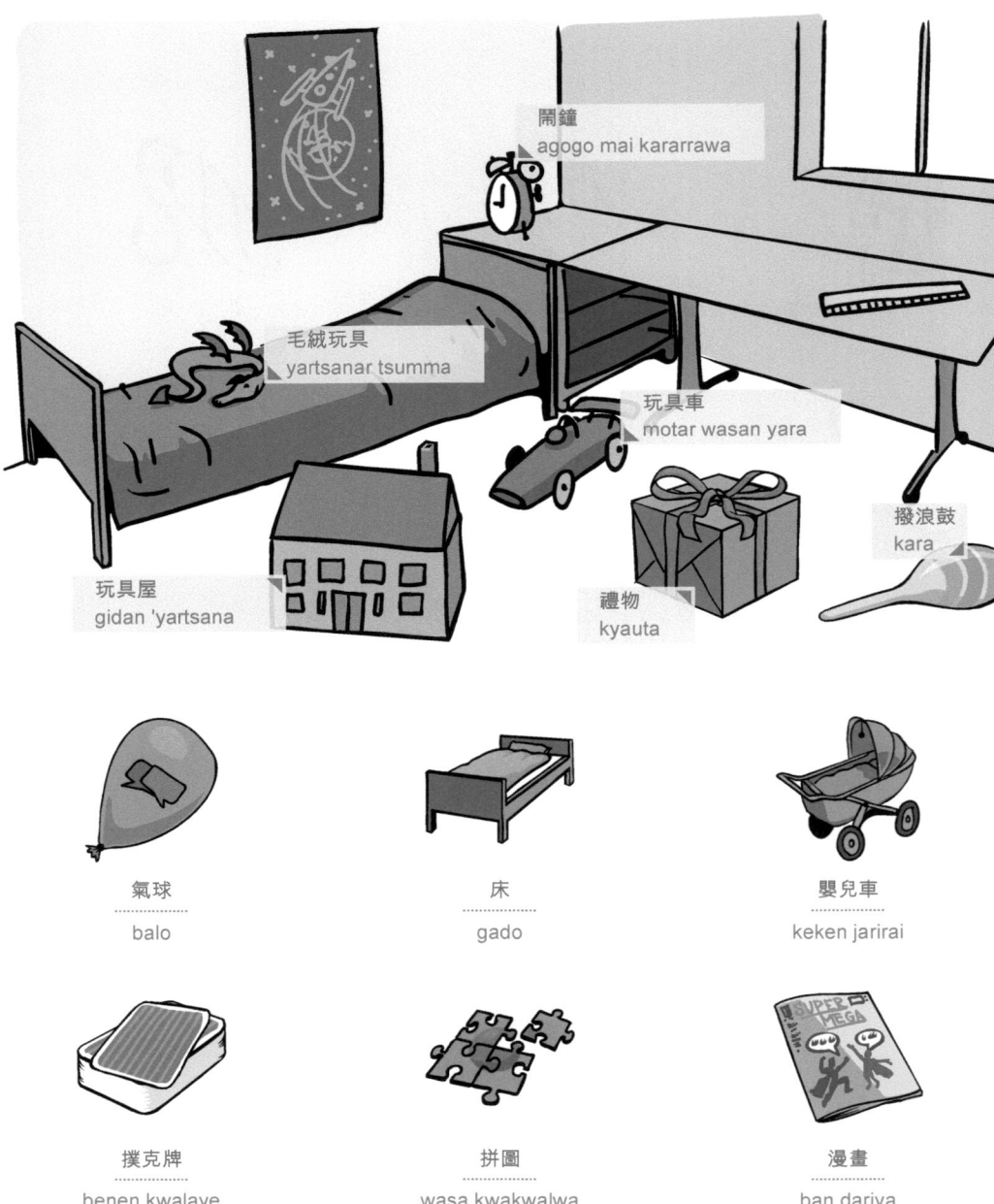

鬧鐘
agogo mai kararrawa

毛絨玩具
yartsanar tsumma

玩具車
motar wasan yara

撥浪鼓
kara

玩具屋
gidan 'yartsana

禮物
kyauta

氣球
balo

床
gado

嬰兒車
keken jarirai

撲克牌
benen kwalaye

拼圖
wasa kwakwalwa

漫畫
ban dariya

樂高積木
tubalan roba

積木玩具
tubalan gini

公仔
mutum-mai-aiki

嬰兒服
rigar jariri

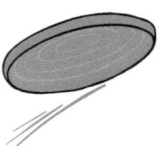

飛盤
Dokin iska

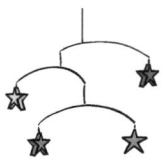

床鈴玩具
tafi-da-gidanka

棋盤遊戲
wasan dara

骰子
dan ludo

火車模型
zubin kwatancin jirgin kasa

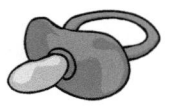

安撫奶嘴
mutum-mutumi

派對
walima

繪本
littafi mai hotuna

球
kwallo

洋娃娃
yartsana

玩
yi wasa

沙坑

akwatin yashi

鞦韆

lilo

玩具

kayan wasan yara

電玩遊戲

allon wasannin bidiyo

三輪車

babur mai taya uku

泰迪熊

yartsanar tsumma

衣櫃

wadirob

衣服

tufafi

襪子

safa

長襪

sitokins

緊身褲

matse-jiki

圍巾
adiko

雨傘
lema

T恤
t-shat

皮帶
belet

靴子
takalman aiki

拖鞋
takalman silifas

運動鞋
takalman wasa

涼鞋
takalman sandal

鞋
takalma

雨靴
takalman roba

內褲
kamfai

胸罩
rigar nono

背心
falmaran

身體

jiki

褲子

wando

牛仔褲

jeans

短裙

dantofi

女式襯衫

rigar mata

襯衫

karamar riga

套頭衫

riga mai hula

連帽上衣

hular riga

西裝夾克

bileza

夾克

jaket

外套

kwat

雨衣

rigar ruwa

套裝

kayan yayi

連衣裙

kayan sawa

婚紗

rigar aure

西裝
kwat da wando

睡袍
rigar dare

睡衣
kayan barci

莎麗
sari

頭巾
dankwali

包頭巾
rawani

波卡
hijabi

卡夫坦
kaftani

(阿拉伯式)長袍
abaya

泳衣
rigar iyo

男式泳褲
wandon wasa

短褲
gajeran wando

運動服
kayan wasanni

圍裙
kyallen aiki

手套
safar hannu

鈕扣

maballi

眼鏡

tabarau

手鏈

awarwaro

項鍊

tsakiya

戒指

zobe

耳環

dan kunne

便帽

hula

衣架

maratayin kwat

帽子

malafa

領帶

lakataya

拉鍊

zi

安全帽

hular kwano

背帶

masu daidaita hakori

校服

kayan makaranta

制服

yunifom

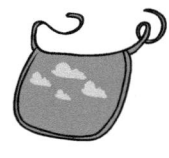

圍兜

kyallen cin abincin jariri

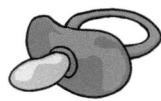

安撫奶嘴

mutum-mutumi

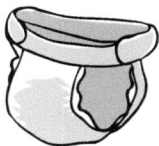

尿布

kunzugu

辦公室

ofis

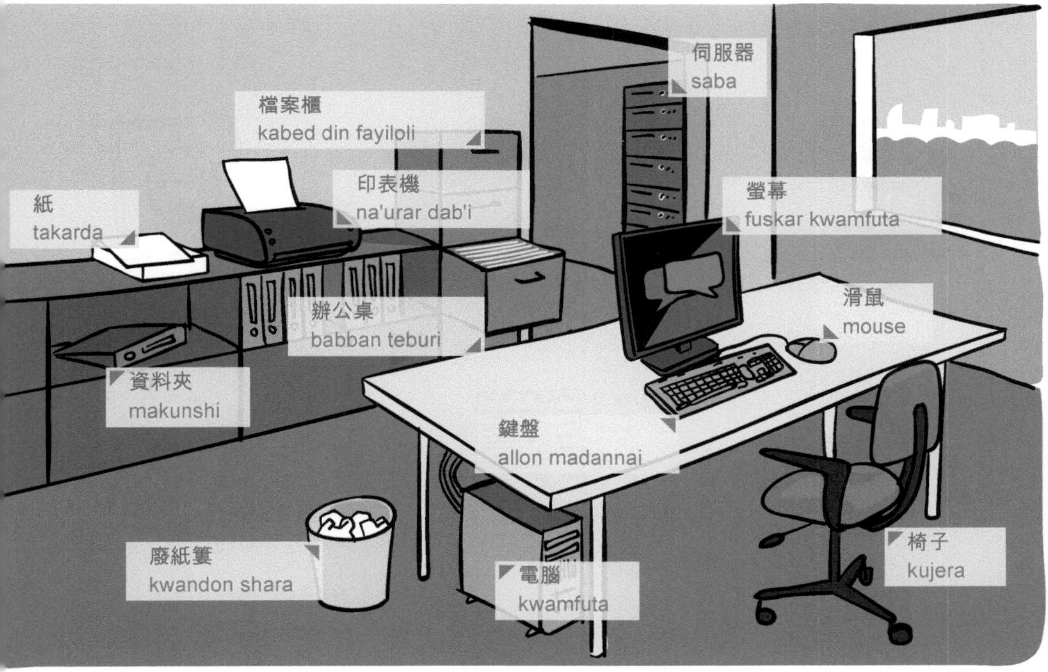

伺服器
saba
檔案櫃
kabed din fayiloli
紙
takarda
印表機
na'urar dab'i
螢幕
fuskar kwamfuta
辦公桌
babban teburi
滑鼠
mouse
資料夾
makunshi
鍵盤
allon madannai
廢紙簍
kwandon shara
電腦
kwamfuta
椅子
kujera

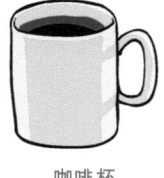

咖啡杯

tambulan kofi

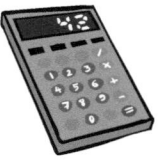

計算機

kwakuleta

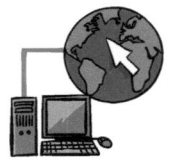

網際網路

intanet

筆記型電腦
laptop

信件
wasika

簡訊
sako

行動電話
tafi-da-gidanka

網路
sadarwa

影印機
na'urar hoton takarda

軟體
kwakwalwar kwamfuta

電話
tarho

插座
jona soket

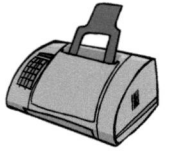

傳真機
na'urar faks

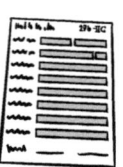

表格
fom

檔案
daftari

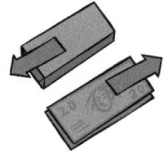

買
sayi

付錢
biya

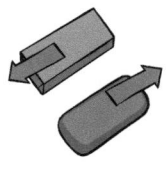

交易
yi ciniki

現金
kudi

美元
dala

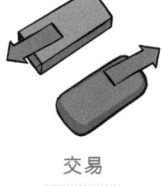

歐元
euro

日元
yen

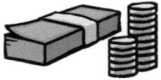

盧布
robul

瑞士法郎
franc na Swiss

人民幣
renminbi yuan

盧比
rupee

提款處
injin bada kudi

外幣兌換處
gidan canjin kudi

金
zinare

銀
azurfa

石油
mai

能源
makamashi

價格
farashi

合約
matuntuba

稅金
haraji

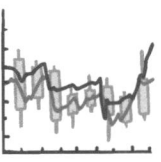

股票
kaya

工作
yi aiki

職員
ma'aikaci

老闆
mai daukar ma'aikata

工廠
masana'anta

商店
kanti

警官
jami'in dansanda ▼

消防員
▼ ma'aikaci kashe gobara

廚師 ▼
kuku

醫師
likita ▼

▼ 飛行員
direban jirgin sama

園丁
mai aikin lambu

木匠
kafinta

裁縫
mace mai dinki

法官
alkali

化學家
mai hada magunguna

演員
jarumi

公車司機

direban bas

計程車司機

direban tasi

漁夫

masunci

清洗女工

mace mai shara

屋頂工

mai aikin rufi

服務生

sabis

獵人

mafarauci

畫家

mai fenti

麵包師

mai yin burodi

電工

mai gyaran lantarki

建築工人

magini

工程師

injiniya

屠夫

mahauci

水管工

mai gyaran famfo

郵差

mai raba wasiku

士兵

soja

建築師

mai zayyanar gidaje

收銀員

mai biyan kudi

花農

mai sayar da furanni

理髮師

mai gyaran gashi

售票員

mai kida

機械技師

bakanike

船長

kyaftin

牙醫

likitan hakori

科學家

masanin kimiyya

拉比

limamin yahudu

伊瑪目

liman

和尚

mai ibadar kirista

牧師

malamin addini

工具
kayan aiki

鐵錘
guduma
鉗子
filaya
螺絲起子
sikundireba
扳手
sifana
手電筒
cocilan

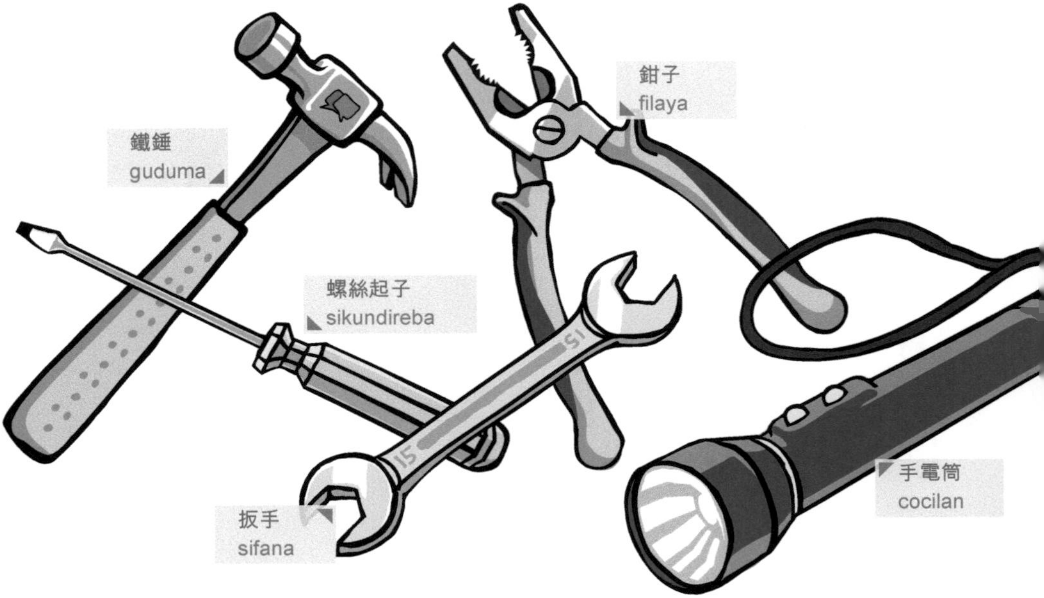

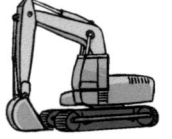

挖掘機

diga

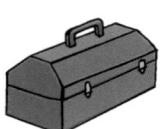

工具箱

akwatin kayan aiki

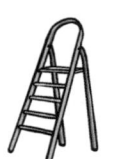

梯子

tsani

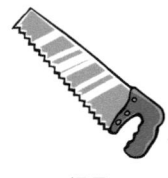

鋸子

zarto

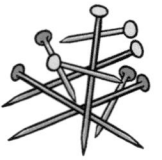

釘子

kusoshi

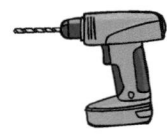

鑽機

abin hudawa

修
gyara

鏟子
chebur

糟糕！
Tafdi!

畚箕
makwashin shara

油漆桶
tukunyar fenti

螺絲
kusoshi masu barima

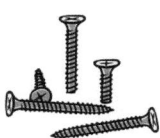

樂器
kayan kida

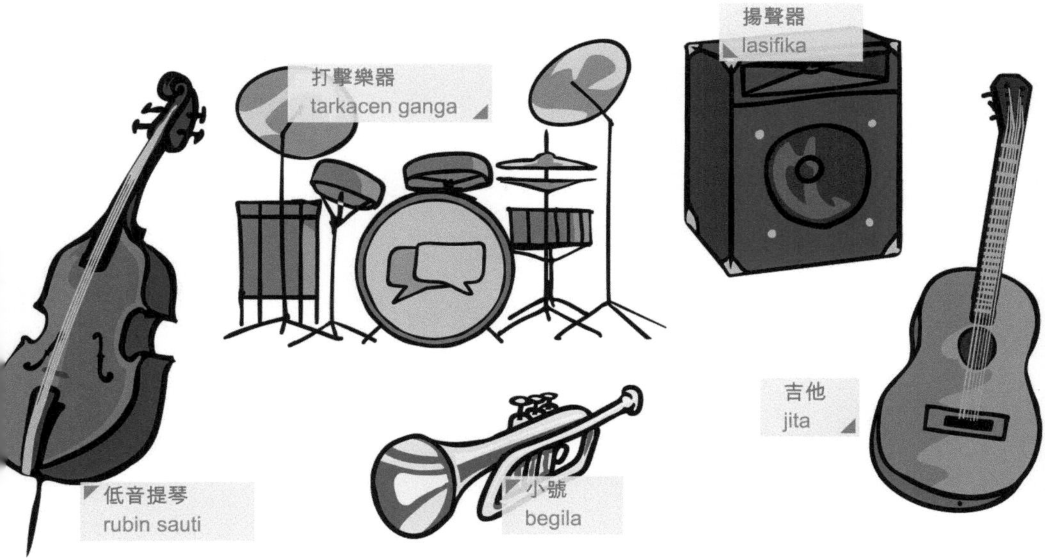

揚聲器
lasifika

打擊樂器
tarkacen ganga

低音提琴
rubin sauti

小號
begila

吉他
jita

鋼琴

fiyano

小提琴

goge

貝斯

karamin sauti

定音鼓

gangunan timpani

鼓

ganguna

電子琴

masarrafin fiyano

薩克斯風

saxophone

長笛

sarewa

麥克風

makirfo

動物園

gidan namun daji

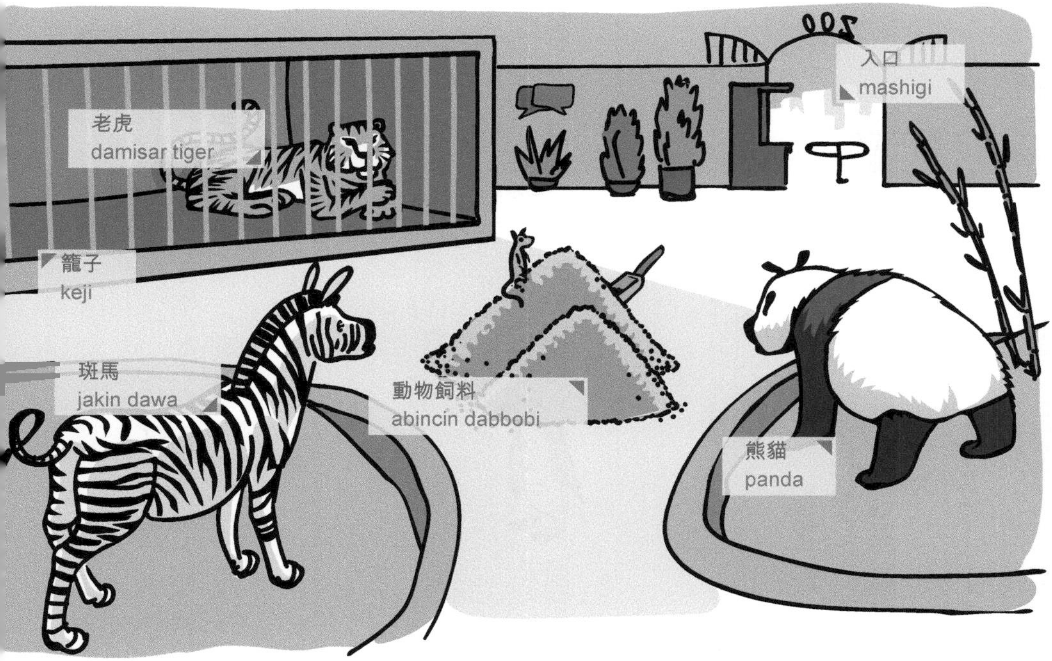

入口
mashigi
老虎
damisar tiger
籠子
keji
斑馬
jakin dawa
動物飼料
abincin dabbobi
熊貓
panda

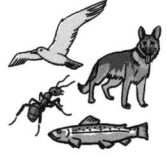

動物

dabbobi

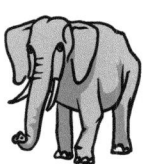

大象

giwa

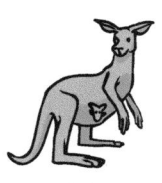

袋鼠

babba-da-jaka

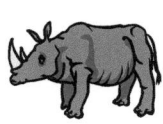

犀牛

karkanda

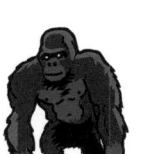

大猩猩

goggon biri

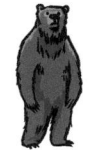

熊

dabbar bear

駱駝

rakumi

鴕鳥

jimina

獅子

zaki

猴子

biri

紅鶴

dinya

鸚鵡

aku

北極熊

bear ta yankin kankara

企鵝

penguin

鯊魚

kifin shark

孔雀

dawisu

蛇

maciji

鱷魚

kada

動物園管理員

mai tsaro zu

海豹

seal

美洲豹

damisar jaguar

矮種馬

dukushi

豹

damisar leopard

河馬

mugun dawa

長頸鹿

rakumin dawa

老鷹

mikiya

野豬

aladen daji

魚

kifi

龜

kunkuru

海象

walrus

狐狸

dila

羚羊

barewa

橄欖球
kwallon kafar Amurka

騎腳踏車
tseren keke

網球
wasan tennis

籃球
kwallon kwando

游泳
ninkaya

拳擊
dambe

冰球
kwallon gora na cikin ka

美式足球

kwallon kafa

羽毛球

badiminton

田徑

wasannin motsa jiki

手球

kwallon hannu

滑雪

wasan kan kankara

馬球

kwallon dawaki

跳
yi tsalle

擁抱
rungumi

笑
yi dariya

走路
yi tattaki

唱
rera waka

做夢
mafarki

祈禱
yi addu'a

親吻
sumbaci

書寫
rubuta

畫
zana

展示
nuna

推
tura

給
bayar

拿
dauki

有
sami

做
yi

當
kasance

站
tsaya

跑
gudu

拉
jawo

丟
jefa

摔倒
faduwa

躺
yi karya

等待
jira

攜帶
dauki

坐
zauna

穿衣
sanya tufafi

睡覺
yi barci

醒來
farka

看
kalli

哭
kuka

擊
bugi

梳頭
taje

交談
yi magana

明白
fahimci

問
tambayi

聽
saurari

喝
sha

吃
ci

清理
tattare

愛
yi soyayya

做飯
dafa

開車
yi tuki

飛
tashi

航行

tafi a kwalekwale

計算

kwakuleta

讀

karanta

學習

koyi

工作

yi aiki

結婚

yi aure

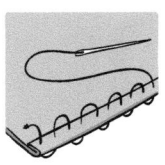

縫

dinka

刷牙

goge hakora

殺

kashe

抽菸

busa taba

寄

aika

祖母
kaka mace

祖父
kaka namiji

父親
uba

母親
uwa

嬰兒
jariri

女兒
ya

兒子
da

客人

bako

阿姨

gwaggo

叔叔

kawu

兄弟

dan'uwa

姐妹

yar'uwa

身體

jiki

前額
goshi
眼睛
ido
肩膀
kafada
手指
yatsa
臉
fuska
下巴
ha'ba
手
hannu
腿
kafa
乳房
nono
手臂
damtse

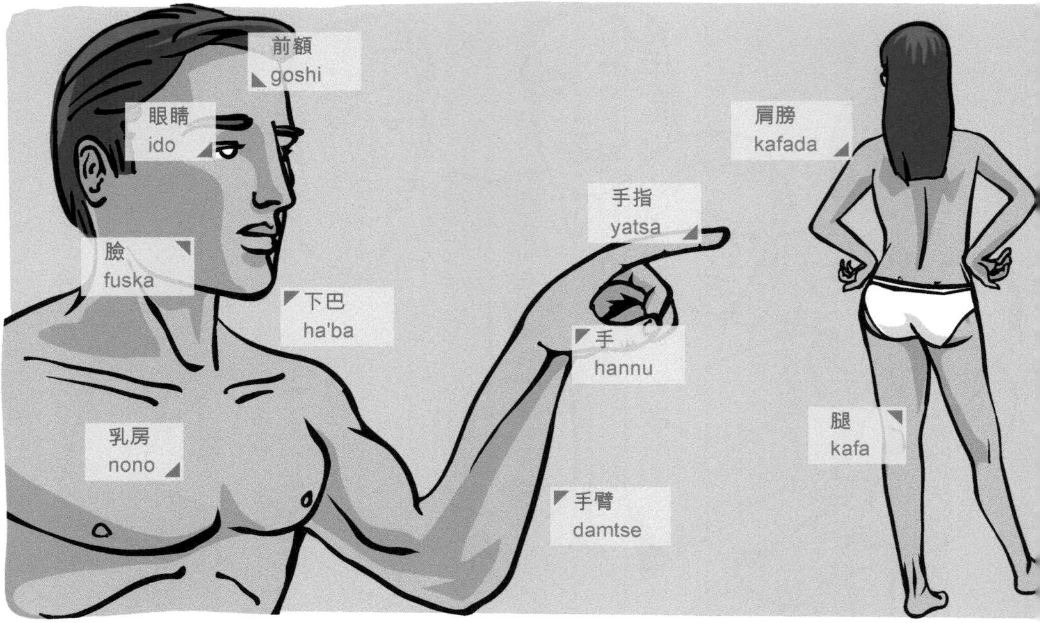

嬰兒

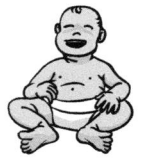

jariri

男人

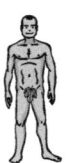

mutum

女人

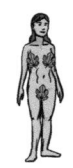

mace

女孩

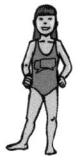

yarinya

男孩

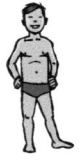

yaro

頭

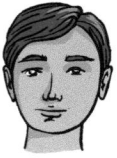

kai

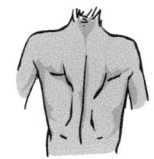

背部

baya

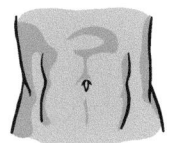

肚子

tulun ciki

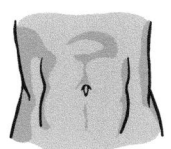

肚臍

maballin ciki

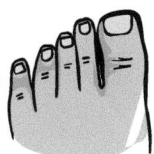

腳趾

yatsan kafa

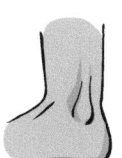

腳後跟

dudduge

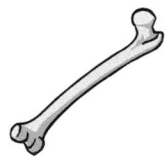

骨頭

kashi

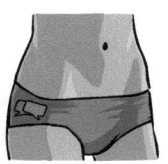

臀部

kugu

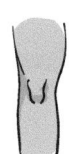

膝蓋

guiwa

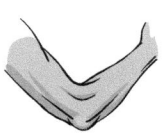

手肘

guiwar hannu

鼻子

hanci

屁股

kasa

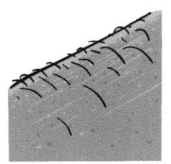

皮膚

fata

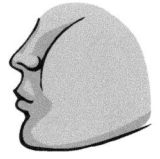

臉頰

kumatu

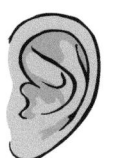

耳朵

kunne

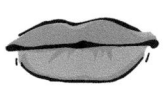

嘴唇

lebe

身體 - jiki

嘴
wata

牙齒
hakori

舌頭
harshe

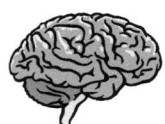

腦
kwakwalwa

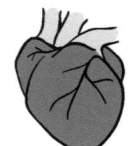

心臟
zuciya

肌肉
kwanji

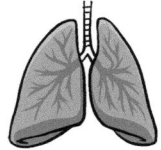

肺
huhu

肝臟
hanta

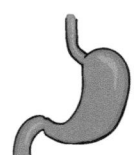

胃
ciki

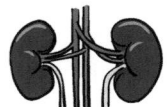

腎臟
koda

性交
jima'i

保險套
kwaroron roba

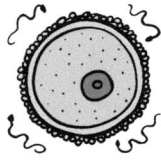

卵子
kwan mahaifa

精子
maniyyi

懷孕
juna-biyu

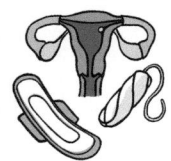

月事

haila

陰道

farji

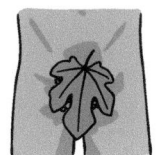

陰莖

zakari

眉毛

gira

頭髮

gashi

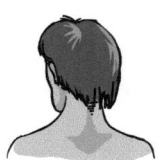

脖子

wuya

醫院

asibiti

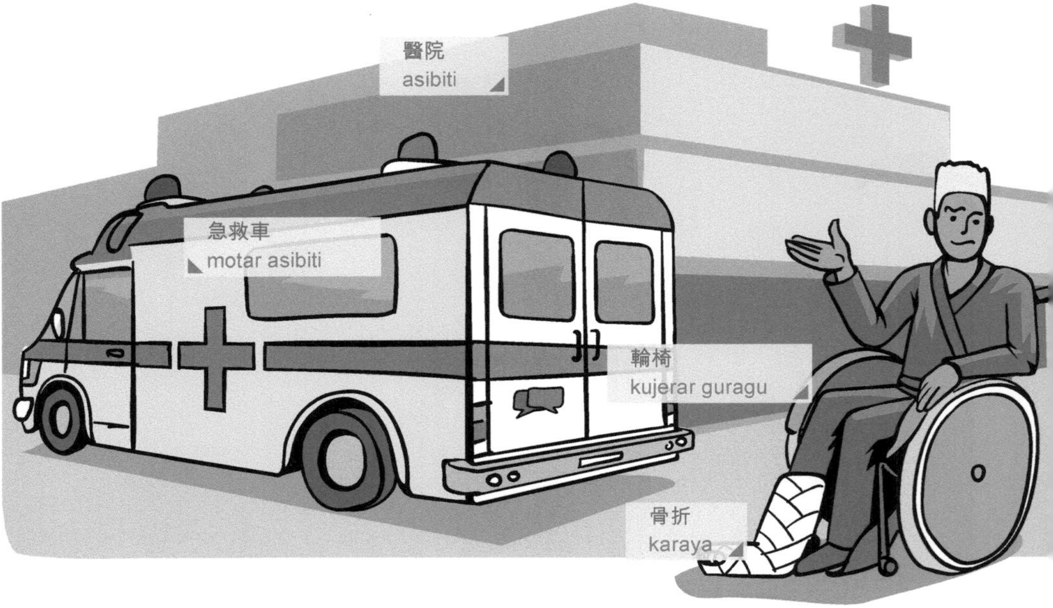

醫院
asibiti
急救車
motar asibiti
輪椅
kujerar guragu
骨折
karaya

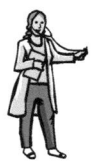

醫師

likita

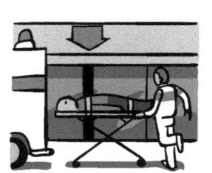

急診室

dakin kulawar gaggawa

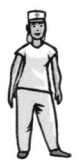

護理師

ma'aikaciyar jinya

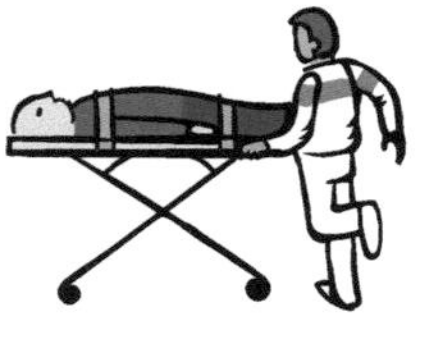

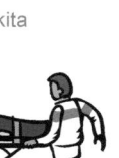

緊急情形

na gaggawa

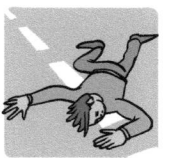

昏迷

magashiyyan

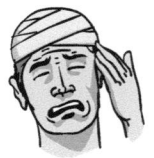

痛

radadi

受傷

rauni

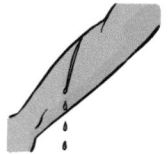

出血

zubar jini

心臟病發作

bugun zuciya

中風

bugun jini

過敏

kyan-jiki

咳嗽

tari

發燒

zazzabi

流感

mura

腹瀉

gudawa

頭痛

ciwon kai

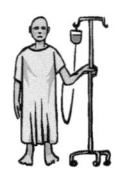

癌症

cutar sankara

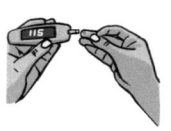

糖尿病

ciwon suga

外科醫師

likitan tiyata

手術刀

wukar likita

手術

tiyata

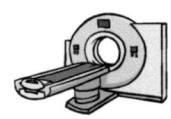

電腦斷層掃描
CT

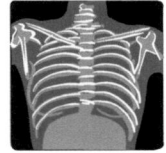

X光
hoton kirji

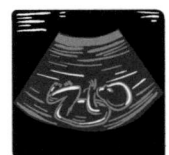

超音波
hoton ciki

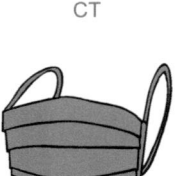

口罩
marufin fuska

疾病
cuta

候診室
dakin jira

拐杖
madogari

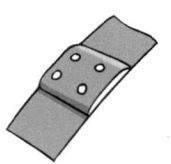

石膏
filasta

繃帶
bandeji

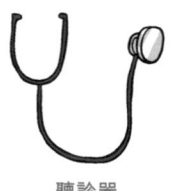

注射
allura

聽診器
na'urar awon zuciya

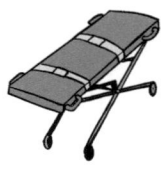

擔架
gadon daukar marar lafiya

體溫計
na'urar auna zafin jiki

出生
haihuwa

超重
yawan nauyi

助聽器

abin kara ji

消毒液

sinadarin kashe kwayoyin
cuta

感染

kamuwar cuta

病毒

kwayar cuta

愛滋病

Cutar Kanjamau

藥物

magani

接種疫苗

riga-kafi

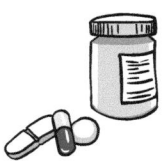

藥片

kwayoyin magani

藥丸

magani

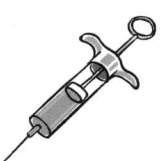

急救電話

kiran gaggawa

血壓計

ma'aunin hawan jini

生病/健康

cuta / lafiya

救命！
Taimako!

警報
kararrawa

突擊
farmaki

攻擊
hari

危險
hatsari

緊急出口
kofar ko-takwana

失火了！
Wuta!

滅火器
abin kashe wuta

意外
hadari

急救箱
kayan taimakon gaggawa

呼救訊號
Neman taimako

員警
dansanda

歐洲

Turai

北美洲

Amurka ta Arewa

南美洲

Amurka ta Kudu

非洲

Afirka

亞洲

Asiya

澳洲

Australia

大西洋

Atlantika

太平洋

Pacific

印度洋

Tekun Indiya

南冰洋

Tekun Antatika

北冰洋

Tekun Arctic

北極

Barin duniya na Arewa

南極

Barin duniya na Kudu

南極洲

Antatika

地球

Kasa

陸地

tsandauri

海

kogi

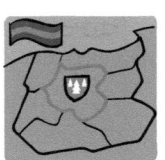

島

tsibiri

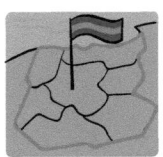

國家

kasa

州

jiha

錶盤

fuskar agogo

時針

hannun awa

分針

hannun mintuna

秒針

hannun dakika

現在幾點？

Karfe nawa yanzu?

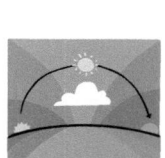

天

rana

時間

lokaci

現在

yanzu

電子錶

agogon dijita

分

minti

時

awa

週

mako

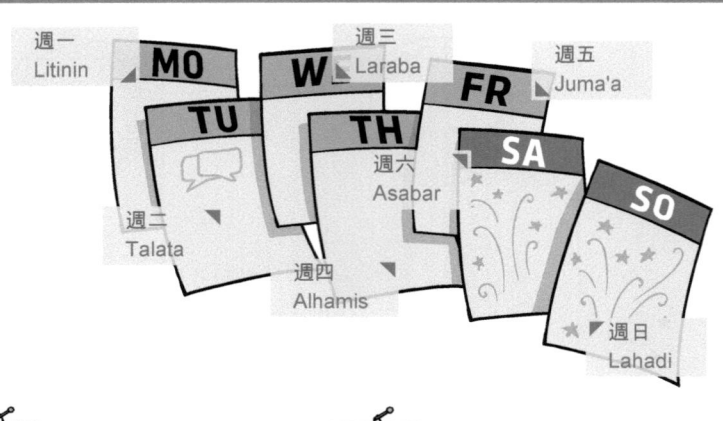

週一 Litinin
週三 Laraba
週五 Juma'a
週二 Talata
週六 Asabar
週四 Alhamis
週日 Lahadi

昨天
jiya

今天
yau

明天
gobe

早晨
safiya

中午
tsakar rana

晚上
yamma

工作日
ranakun kasuwanci

週末
karshen mako

年

shekara

雨
ruwan sama
彩虹
bakan-gizo
雪
dusar kankara
風
iska
春
damina
秋
Kaka
夏
bazara
冬
lokacin sanyi

4.APRIL 11°
5.APRIL 4°
6.APRIL 13°
7.APRIL 8°
8.APRIL 10°

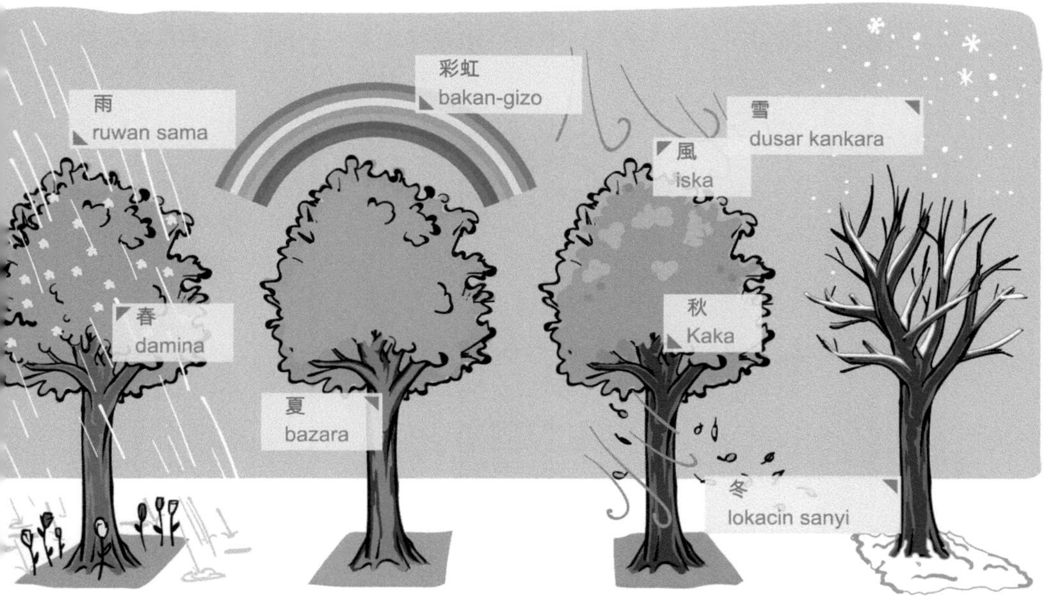

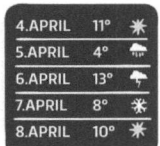

天氣預告

hasashen yanayi

F C
120 40
90 30
60 20
30 10
0 0
-30 -10
-20

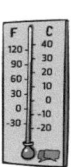

溫度計

na'urar gwajin zafi da sanyi

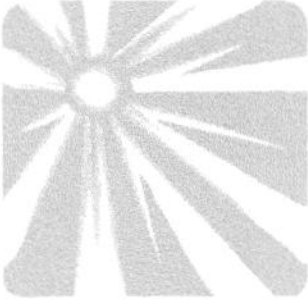

陽光

hasken rana

雲

gajimare

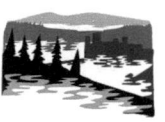

霧

hazo

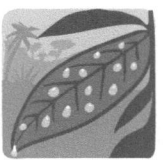

潮濕

dumi

閃電

walkiya

打雷

aradu

風暴

guguwa

冰雹

kankarar ruwan sama

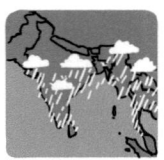

季風

iskar bazara

洪水

ambaliyar ruwa

冰

kankara

一月

Janairu

二月

Fabarairu

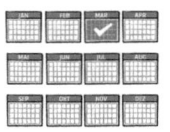

三月

Maris

四月

Afirilu

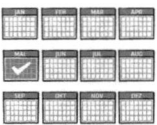

五月

Mayu

六月

Yuni

七月

Yuli

八月

Agusta

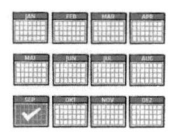

九月

Satumba

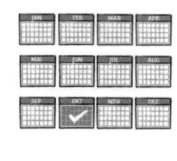

十月

Oktoba

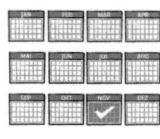

十一月

Nuwamba

十二月

Disamba

形狀
siffofi

圓形

da'ira

正方形

murabba'i

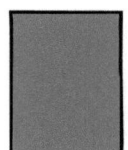

長方形

kusurwa hudu

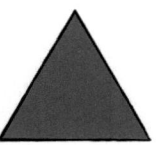

三角形

kusurwa uku

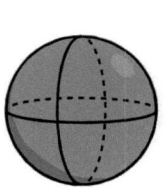

球體

mulmulalle

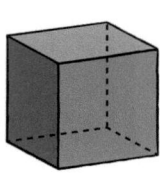

立方體

dunkule

白

fari

黃

rawaya

橙

ruwan lemo

粉

ruwan shanshanbali

紅

ja

紫

garura

藍

shudi

綠

kore

棕

ruwan kasa

灰

ruwan toka

黑

baki

很多/少許

da yawa / kadan

生氣/平靜

fushi / nutsuwa

美/醜

kyakkyawa / mummuna

首/尾

farko / karshe

大/小

babba / karami

明/暗

mai haske / mai duhu

兄弟/姐妹

dan uwa / 'yar uwa

乾淨/骯髒

mai tsafta / kazami

完整/缺失

cikakke / maras cika

白天/晚上

rana / dare

死/生

matacce / mai rai

寬/窄

mai fadi / matsattse

可食用/非食用

na ci / ba na ci ba

邪惡/善良

mugu / mai tausayi

興奮/無聊

mai karsashi / gajiyayye

胖/瘦

kakkaura / siriri

第一/最後

na farko / na karshe

朋友/敵人

aboki / makiyi

滿/空

cikakke / holoko

硬/軟

mai tauri / mai laushi

重/輕

mai nauyi / marar nauyi

餓/渴

yunwa / kishin ruwa

生病/健康

cuta / lafiya

非法/合法

haramtacce / halastacce

聰明/愚笨

mai basira / dakiki

左/右

hagu / dama

近/遠

kusa / nesa

新/舊

sabo / na-hannu

沒有/有些

ba komai / wani abu

老/幼

tsoho / yaro

開/關

kunna / kashe

打開/闔上

a bude / a rufe

安靜/吵鬧

shiru / kara

富/窮

mai arziki / talaka

對/錯

daidai / bata

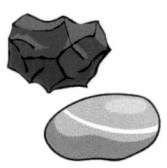

粗糙/光滑

mai kaushi / mai santsi

傷心/高興

bakin ciki / farin ciki

短/長

gajere / dogo

慢/快

a sannu / da sauri

濕/乾

jikakke / busasshe

溫暖/涼爽

dumi / sanyi

戰爭/和平

yaki / zaman lafiya

0
零
sifili

1
一
daya

2
二
biyu

3
三
uku

4
四
hudu

5
五
biyar

6
六
shida

7
七
bakwai

8
八
takwas

9
九
tara

10
十
goma

11
十一
goma sha daya

12
十二
goma sha biyu

13
十三
goma sha uku

14
十四
goma sha hudu

15
十五
goma sha biyar

16
十六
goma sha shida

17
十七
goma sha bakwai

18
十八
goma sha takwas

19
十九
goma sha tara

20
二十
ashirin

100
百
dari

1.000
千
dubu

1.000.000
百萬
miliyan

英語

Turanci

美式英語

Turancin Amurka

普通話

Mandarin na China

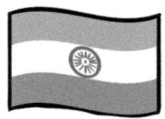

印地語

Hindi

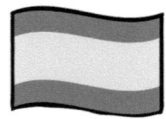

西班牙語

Sifaniyanci

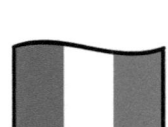

法語

Faransanci

阿拉伯語

Larabci

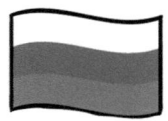

俄語

Yaren Rasha

葡萄牙語

Yaren Portugal

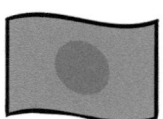

孟加拉語

Bengali

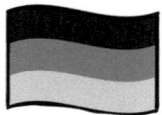

德語

Yaren Jamus

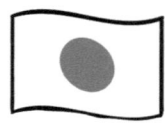

日語

Yaren Japan

我
ni

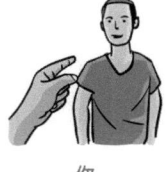

你
kai

他/她/它
shi / ita / ita

我們
mu

你們
ku

他們
su

誰？
wa?

什麼？
me?

如何？
ya ya?

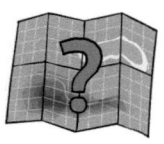

何處？
a ina?

何時？
yaushe?

名字
suna

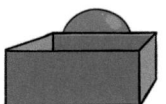

後面

a baya

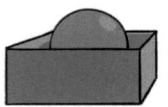

裡面

a ciki

前面

a gaban

上方

saman

上面

akai

下麵

karkashi

旁邊

a gefe

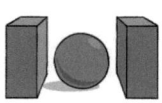

中間

a tsakani

地點

wuri